Paramahansa Yogananda
(1893 – 1952)

Paramahansa Yogananda

ANG BATAS NG TAGUMPAY

Ang Paggamit ng Kapangyarihan
Ng Espiritu Upang Lumikha Ng
Kalusugan, Kasaganaan
At Kaligayahan

TUNGKOL SA AKLAT NA ITO: *Ang Batas ng Tagumpay* ay unang inilathala bilang isang librito noong 1944 ng Self-Realization Fellowship at ito ay naging tuloy tuloy ang paglilimbag mula noon. Ito ay isinalin sa maraming mga wika.

Orihinal na titulo sa wikang English, inilathala ng
Self-Realization Fellowship, Los Angeles, (California)
The Law of Success

ISBN-13: 978-0-87612-150-4
ISBN-10: 0-87612-150-4

Isinalin sa wikang Filipino ng Self-Realization Fellowship
Copyright© 2015 Self-Realization Fellowship

Lahat ng karapatan ay nailaan. Maliban sa maikling mga pagbanggit sa repaso ng mga aklat, walang bahagi ng *Batas ng Tagumpay* (*Law of Success*), ang maaring kopyahin, iimbak, ilipat o itanghal sa anomang anyo, o anomang paraan (elektroniko, mekanikal o anopaman) ngayon ay nalalaman o pagdating ng panahon ay baguhin—kasama ang photocopy, pagtatala, o anomang pagtatago ng impormasyon at mga paraan ng pagbawi—na walang naunang nakasulat na pahintulot mula sa Self-Realization Fellowship, 3880 San Rafael Avenue, Los Angeles, California 90065-3219, U. S. A.

 Binigyang karapatan ng International Publications Council ng Self-Realization Fellowship

Ang Self-Realization Fellowship na pangalan at sagisag (nakikita sa itaas) ay lumalabas sa lahat ng aklat ng SRF, mga recordings, at iba pang mga lathalain, binibigyan ng katiyakan ang mga mambabasa na ang isang gawain ay nagmula sa kapisanang itinatag ni Paramahansa Yogananda at matapat na ipinahahatid ang kanyang mga pagtuturo.

Unang edisyon sa wikang Filipino, mula sa Self-Realization Fellowship, 2015
First edition in Filipino from Self-Realization Fellowship, 2015

Ang Paglilimbag na ito: 2015
This Printing 2015

ISBN-13: 978-0-87612-677-6
ISBN-10: 0-87612- 677-8

1477-J3794

*Siya ang pinakamatalino na naghahanap
sa Diyos. Siya ang pinakamatagumpay
na nakatagpo sa Diyos.*

— *Paramahansa Yogananda*

ANG BAGONG MARANGAL

Umawit ng mga awiting wala pang nakaawit

Mag-isip ng kaisipang hindi pa sumagi sa isip

Maglakad sa landas na wala pang nakahakbang,

Lumuha ng wala pang naibuhos sa Diyos,

Magbigay ng kapayapaan sa lahat ng wala pang nakapagbigay,

Angkinin mo siya na itinatakwil kahit saan.

Mahalin ang lahat ng pagmamahal na wala pang nakadama, at naglakas loob

Ang digmaan ng buhay na may lakas magpakawala.

ANG AKING DIBINONG KATUTUBONG KARAPATAN

Nilalang ako ng Panginoon na Kanyang kawangis. Hahanapin ko muna Siya, at titiyakin ang aking kasalukuyang pakikipag-alam sa Kanya; pagkatapos, kung Kanyang kagustuhan, nawa lahat ng mga bagay—karunungan, kasaganaan, kalusugan—ay maging karagdagan bilang bahagi ng aking dibinong katutubong karapatan.

Ibig kong magtagumpay ng walang sukatan, hindi mula sa makalupang pinagmulan ngunit mula sa kamay ng Diyos na nagmamay-aari ng lahat, makapangyarihang-lahat, masaganang-lahat na mga Kamay.

Ang Batas Ng Tagumpay

Mayroon bang kapangyarihang makapagpapakita ng nakatagong ugat na mga kayamanan at buksan ang mga yamang hindi natin kailanman pinangarap? Mayroon bang lakas na ating maaring tawagin upang magbigay ng kalusugan; kaligayahan, at kaliwanagang espirituwal? Ang mga banal at pantas ng India ay itinuturo na mayroon ngang tunay na kapangyarihan. Ipinakita nila ang bisa ng mga prinsipyo ng katotohanang magiging mabisa din para sa iyo, kung ang mga ito ay bibigyan mo ng isang makatarungang pagsubok.

Ang iyong tagumpay sa buhay ay hindi sa kabuuang dahilang batay sa kakayahan at kasanayan; Ito ay batay din sa iyong matibay na pagpapasya upang sunggaban ang mga pagkakataon na nakalahad sa iyo. Ang mga pagkakataon sa buhay ay dumarating sa pamamagitan ng paglikha, hindi nagkataon lamang. Ikaw mismo kung hindi ngayon, o sa iyong nakaraan (kasama ang nakaraang dating pagka-buhay), ang naglikha ng lahat ng pagkakataon na nabubuhay sa iyong landas. Yayamang ang mga ito ay kabayaran sa iyo, gamitin mo sila sa pinakamabuting kapakinabanganan.

Kapag ginamit mo ang lahat ng maaaring panlabas na pamamaraan, katulad ng iyong likas na angking kakayahan, upang mapagtagumpayan ang lahat ng balakid sa iyong landas, ikaw ngayon ay magkakaroon ng mga kapangyarihan na ipinagkaloob ng Diyos — walang hanggang mga lakas na nagmumula sa kailaliman ng iyong pagkatao. Ikaw ay may angking lakas ng pag-iisp at lakas ng pagnanais. Gamitin mo sa sukdulan itong mga dibinong mga handog.

Ang Kapangyarihan Ng Pag-iisip

Maipapakita mo ang tagumpay o kabiguan alinsunod sa nakaugaliang pagkahilig ng kaisipan. Para sa iyo alin ang mas malakas—tagumpay na kaisipan o bigong kaisipan? Kapag ang isip ay karaniwang nasa negatibong kalagayan, ang paminsan minsang positibong kaisipan ay kulang upang makaakit ng tagumpay. Subalit kapag ikaw ay makatwiran mag-isip, masusumpungan mo ang iyong pinapangarap kahit na ikaw ay tila nababalutan ng kadiliman.

Ikaw lamang ang may pananagutan sa iyong sarili. Walang ibang mananagot sa iyong mga ginawa kapag ang huling pagtutuos ay dumating na. Ang iyong gawain sa mundong ito — sa kalipunan kung saan ang iyong karma, ang iyong sariling nakaraang mga ginawa, kung saan ka nailagak — ay maaari lamang magampanan ng isang tao — ang iyong sarili. At ang iyong mga gawain ay maaari lamang tawaging isang "tagumpay" kapag may paraang ito ay naglilingkod sa iyong kapwa tao.

Hindi nararapat repasohin palagi ng isip ang anomang suliranin. Hayaan itong manahimik ng ilang panahon at ito ay kusang magkakaroon ng katugunan ngunit tiyakin na ikaw ay hindi magpapabaya ng matagal na ang iyong mabuting pagpapasya ay mawala. Mas makabubuting gamitin ang katahimikang ito upang makarating sa lalim ng pook ng kapayapaan ng iyong panloob na Sarili. Naka-ayon sa iyong kaluluwa, ikaw ay magkakaroon ng pagkakataong makapag-isip ng tama sa lahat ng bagay na iyong ginagawa; at kapag ang iyong mga kaisipan at gawain ay naligaw, ang mga ito ay maaring maisaayos na muli. Itong kapangyarihan ng Dibinong pakikipag-ayon ay maaaring makamit sa pamamagitan ng pagsasanay at pagsisikap.

Ang Kagustuhan Ay Ang Dinamo

Kaagapay ng positibong pananaw, dapat mong gamitin ang lakas ng pagnanasa at tuloy tuloy na pagsisikap upang magtagumpay. Bawat panlabas na pagpapakita ay resulta ng kagustuhan, ngunit ang kapangyarihang ito ay hindi laging ginagamit na may kamalayan. Mayroong kagustuhan na parang makina at mayroon ding kagustuhan na sinasadya. Ang dinamo ng lahat ng iyong kapangyarihan ay pagpapasya o kagustuhan. Kung walang pagpapasya, hindi maaaring maglakad, magsalita, magtrabaho, mag-isip o makaramdam. Samakatwid, ang kagustuhan ay ang pinagmumulan ng lahat ng iyong mga pagkilos. (Upang hindi magamit ang lakas na ito ikaw ay kinakailangang lubus na walang ginagawa sa katawan at pag-iisip. Kahit na kapag ginalaw ang mga kamay, gumagamit ka ng pagpapasya. Hindi maaaring mabuhay na hindi ginagamit ang kapangyarihang ito.)

Ang kagustuhan na parang makina ay ang hindi nag-iisip sa paggamit ng pagpapasya. Ang may kamalayang pagpapasya ay isang napakahalagang lakas na may kasabay na matibay na paghahangad at pagsisikap, isang dinamo na nararapat pamahalaang may katalinuhan. Habang sinasanay ang iyong sarili upang gamitin ang may kamalayan, hindi makinang pagpapasya, nararapat ding tiyakin na ang lakas ng iyong pagpapasya ay ginagamit sa kabutihan, hindi sa masamang pagnanasa at hindi rin sa walang halagang pagtatamo.

Upang makalikha ng masiglang pagpapasya, pagsikapang makagawa ng mga bagay sa buhay na inaakala mong hindi mo kayang gawin. Subukan ang mga simpleng gawain muna. Habang ang iyong katatagan ay lumalakas at ang iyong kagustuhan ay nagiging mas masigla, ikaw ay maaaring magbalak ng mas mahirap na mga katuparan. Tiyakin lamang na ikaw ay gumawa ng magandang pagpili, at pagkatapos ay iwasan ang sumuko sa pagkabigo. Pag-ukulan ng buong lakas ng pagpapasya ang pagiging dalubhasa sa isang bagay sa bawat pagkakataon; Huwag ikalat ang iyong lakas, at huwag ding mag-iwan ng gawain na hindi tapos upang magsimula ng panibagong pakikipagsapalaran.

Maaari Mong Pamahalaan Ang Iyong Tadhana

Ang isip ay ang naglikha ng lahat. Samakatwid dapat mo itong gabayan upang makalikha lamang ng mabuti. Kapag ikaw ay kumapit sa isang tiyak na kaisipan na may matibay na pagpapasya, sa wakas ito ay gumagampan ng panlabas na anyo. Kapag ikaw ay laging gumagamit ng iyong pagpapasya para sa mabuting layunin, ikaw ay magiging *tagapamahala ng iyong kapalaran.*

Kababanggit ko lamang ng tatlong mahahalagang pamamaraan upang maging masigla ang iyong pagpapasya: (1) pumili ng simpleng gawain o isang katuparan na hindi mo kailanman nalaman at magsikap upang ikaw ay magtagumpay dito. (2) Tiyakin na ikaw ay pumili ng makatutulong at maisasagawa, pagkatapos iwasan ang pagkabigo. (3) Pag-ukulan ng pansin ang iisang pakay, gamit ang lahat ng kakayahan upang ito ay maisulong.

Ngunit ikaw ay dapat palaging nakatitiyak, sa mahinahong pook ng iyong panloob na sarili, na ang iyong kagustuhan ay nararapat para ipagkaloob sa iyo, at sang-ayon sa mga pakay ng Diyos. Ikaw ngayon ay maaaring gumamit ng lahat ng kapangyarihan ng iyong pagpapasya upang maisakatuparan ang iyong pakay; inilalagay sa kaisipan, gayunman, sa gitna ng pag-iisip sa Diyos — ang Pinagmulan ng lahat ng kapangyarihan at lahat ng mga katuparan.

Ang Batas ng Tagumpay

ANG TAKOT AY UMUUBUS NG LAKAS NG BUHAY

Ang utak ng tao ay imbakan ng lakas ng buhay. Ang lakas na ito ay palaging ginagamit sa paggalaw ng katawan; sa pintig ng puso, baga at dayapragma; sa metabolismo ng mga selula at pagbabago ng dugo at pagsasa-katuparan ng pang-teleponong mga damdamin ang mga nerbiyo. Sa kabila ng mga ito, isang napakalaking halaga ng daloy ng buhay ang kinakailangan sa lahat ng paraan ng pag-iisip, damdamin at kagustuhan.

Ang takot ay umuubus ng lakas ng buhay; Ito ay isa sa mga kalaban ng masiglang lakas ng kagustuhan. Ang takot ay pinipiga ang lakas ng buhay na karaniwang matatag na dumadaloy sa mga ugat; at ang mga ugat mismo ay mistulang paralisado; ang kasiglahan ng buong katawan ay humihina. Ang takot ay hindi ka tutulungang makatakas mula sa bagay na kinatatakutan; ito ay pinanghihina lamang ang kapangyarihan ng iyong kagustuhan. Ang takot ay nagpapadala ng mensahe ng pagpipigil gamit ang isip sa lahat ng bahagi ng katawan. Pinasisikip ang dibdib, pinababagal ang mga panunaw, at pinagmumulan ng iba pang pagkabalisa ng katawan. Kapag ang kamalayan ay nakatago sa Diyos, ikaw ay walang pagkatakot; lahat ng mga balakid ay sa ganoon masusupil ng tapang at pananampalataya.

Ang "paghahangad" ay *pagnanasang walang lakas*. Pagkatapos ng kagustuhan ay kasunod ang "layunin" — ang pagpaplanong gawin ang isang bagay, upang maisakatuparan ang nais o nasa. Ngunit ang ibig sabihin ng "pagnanais" ay: "Ako ay *kikilos* hanggang makamit ang aking nais."

Kapag ginagamit mo ang iyong lakas ng pagnanais, pinakakawalan mo ang lakas ng daloy ng buhay — hindi kapag ikaw ay nagnanais at naghihintay lamang upang makamit ang nilalayon.

Ang Mga Kabiguan Ay Dapat Pumukaw Ng Matibay Na Paghahangad

Kahit ang mga kabiguan ay dapat kumilos bilang mga pampasigla upang lumaki ang lakas ng pagnanasa at tumubo ang iyong materyal at espirituwal na kalagayan. Kapag ikaw ay nabigo sa anomang proyekto, makatutulong na pag-aralan ang bawat dahilan sa kinatatayuan upang maiwasan ang lahat ng pagkakataong maulit ang mga parehong pagkakamali sa susunod.

Ang panahon ng pagkakamali ay ang pinakamabuting oras para ihasik ang binhi ng tagumpay. Ang pamalo ng masamang pangyayari ay maaaring masaktan ka, ngunit sikaping itaas ang noo. Palaging subukang *minsan pa*, kahit na ilang ulit na ikaw ay nabigo. Makipaglaban kapag inaakala mong hindi mo na kayang lumaban, o kapag inaakala mong ginawa mo na ang iyong makakayanan, o hanggang ang iyong pagsisikap ay makoronahan ng tagumpay. Isang munting kuwento ay maipapaliwanag ang puntong ito:

Si A at B ay naglalaban. Pagkatapos ng mahabang panahon, sinabi ni A sa sarili niya: "Hindi ko na kayang magpatuloy" Ngunit si B ay nakapag-isip: "Isa na lamang suntok," at ibinigay niya, at bumagsak si A. Ikaw ay dapat maging ganoon; magbigay ng huling suntok. Gamitin ang walang pagkatalong kapangyarihan ng kagustuhan upang masupil ang lahat ng kahirapan sa buhay.

Ang mga bagong pagsisikap pagkatapos ng kabiguan ay nagdadala ng tunay na paglago. Ngunit ang mga ito ay dapat paghandaang mabuti at may kargang ibayong karagdagang asikaso at mayroong masiglang lakas ng kagustuhan.

Ipagpalagay na ikaw ay *nabigo* sa kasalukuyan. Magiging kahangalan ang sumuko sa pakikipaglaban, at tanggapin ang kabiguan bilang utos ng "tadhana". Mas mabuting mamatay na lumalaban kaysa iwanan ang iyong mga pagsisikap habang mayroon pang pag-asang makagawa ng higit pa; sapagkat kahit na dumating ang kamatayan, ang iyong mga pagsisikap ay kailangan dagling pag-ibayuhin sa susunod na pagka-buhay. Ang tagumpay at kabiguan ay ang tamang wakas ng anomang iyong nagawa sa nakaraan, *karagdagan* ang anomang ginagawa mo sa kasalukuyan. Kaya nga, dapat mong pasiglahin ang lahat ng kaisipan ng tagumpay ng nakaraang buhay hanggang ang mga ito ay muling bigyan ng lakas at kayang panaigin ang panghihikayat ng pagkahilig sa kabiguan ng kasalukuyang buhay.

Ang taong matagumpay ay maaaring nagkaroon na ng malubhang paghihirap na karanasan kaysa sa taong nabigo, ngunit ang una ay sinanay ang sarili upang tanggihan ang kaisipan ng pagkabigo sa lahat ng oras. Dapat mong ilipat ang iyong asikaso mula sa kabiguan tungo sa tagumpay, mula sa ligalig sa kahinahunan, mula sa paglalakbay ng isip sa konsentrasyon, mula sa pagkabalisa sa kapayapaan sa panloob na dibinong kaligayahan. Kapag nakamit mo na ang Sariling-pagkaunawa, ang pakay ng iyong buhay ay malualhati ng nagkaroon ng katuparan.

Ang Pangangailangan Ng Sariling-Pagsusuri

Isa pang lihim ng pagsulong ay ang sariling-pagsusuri. Ang pagninilay-nilay ay isang salamin kung saan makikita ang natatagong nilalaman ng pag-iisip na sa karaniwang pagkakataon ay nakatago sa iyo. Kilalanin ang iyong mga kabiguan at himayin ang iyong mabubuti at masasamang mga hilig. Suriin ang iyong sarili, kung ano ang ninanais mong maging kalagayan, at kung anong mga pagkukulang ang pumipigil sa iyo. Pagpasyahan ang kalikasan ng iyong tunay na gawain — ang misyon mo sa buhay. Pagsikapan upang mahubog ang sarili kung ano ang nararapat at kung ano ang gusto mong maging kalagayan. Samantalang ang iyong isip ay nasasa Diyos at sang-ayon sa Kanyang kagustuhan, ikaw ay tiyak na mas lalong susulong sa iyong landas.

Ang iyong pangwakas na pakay ay upang hanapin ang iyong landas pabalik sa Diyos, ngunit ikaw ay mayroon ding gawain dapat gampanan sa panlabas na daigdig. Ang lakas ng kagustuhan kasama ng pagkukusa, ay makatutulong sa pagkilala at pagganap ng gawaing iyan.

Ang Mapanlikhang Kapangyarihan Ng Pagkukusa

Ano ang pagkukusa? Ito ay isang mapanlikhang kakayahang pakultad sa iyong pagkatao, isang siklab ng Walang Hanggang Naglikha. Ito ay maaaring magbigay sa iyo ng kapangyarihang maglikha ng bagay na kahit sino ay hindi pa nalikha. Ito ay nag-uudyok sa iyo upang gumawa ng mga bagay sa makabagong mga paraan. Ang mga katuparan ng mga gawain ng isang taong may pagkukusa ay maaaring kagila-gilalas na tulad ng bulalakaw. Maliwanag na lumilikha ng bagay mula sa kawalan, ipinakikita niya na ang tila hindi maaring mangyari ay maaaring mangyari sa pamamagitan ng paggamit ng mapanlikhang kapangyarihan ng Espiritu.

Ang pagkukusa ay binibigyan ka ng kakayahan na tumayo sa iyong mga paa, malaya at nagsasarili. Ito ay isa sa mga katangian ng tagumpay.

Masdan Ang Larawan Ng Diyos Sa Lahat Ng Tao

Maraming mga tao ang nagbibigay ng katwiran sa kanilang mga pagkakamali ngunit malupit na hinahatulan ang iba. Nararapat nating baligtarin ang ganitong pag-uugali sa pagbibigay ng katwiran sa pagkakamali ng iba at malupit na siyasatin ang ating sarili. Kung minsan, kinakailangang suriin ang ibang tao; sa ganoong kalagayan, ang mahalagang bagay na dapat tandaan ay upang ilagay sa isip ang matuwid na palagay na walang kinikilingan. Ang walang kinikilingang pag-iisip ay tulad ng malinaw na salamin, matatag ang pagkahawak, hindi umiikot sa mabilis na panghuhusga. Sinomang taong makikita sa loob ng salaming iyon ay magbibigay ng hindi baluktot na larawan.

Pag-aralang masdan ang Diyos sa lahat ng tao, ng kahit na anong lahi at paniniwala. Malalaman mo kung ano ang dibinong pagmamahal kapag nagsimulang maramdaman ang iyong pakikiisa sa bawat taong nilalang. Sa paglilingkod sa isa't isa, nalilimutan natin ang maliit na sarili, at nasusulyapan ang tanging walang sukatang Sarili, ang Espiritung nagbubuklod sa lahat ng tao.

Ang Nakaugaliang Pag-iisip Ay Pinamamahalaan Ang Buhay

Ang tagumpay ay nagiging madali o mabagal ayon sa pag-uugali ng tao.

Hindi ang iyong nagdadaang mga inspirasyon o maningning na mga palagay ang hihigit sa iyong pang-araw araw na pag-iisip na naging ugali ang namamahala sa iyong buhay. Ang nakaugaliang pag-iisip ay mga bato-balaning humihilang pala-pit sa iyo ang mga bagay, mga uri ng tao, at mga kalagayan. Ang mabubuting ugali ng pag-iisip ay binibigyan ka ng kakayahang mang-akit ng mga pakinabang at mga pagkakataon. Ang masasamang ugali ng pag-iisip ay inaakit ka sa mga materyosong mga tao at sa mga nakapipinsalang kapaligiran.

Papanghinain ang masamang ugali sa pamamagitan ng pag-iwas sa lahat ng pagkakataong magamit o magising siya, *at hindi mo siya pansin sa iyong sigasig na iwasan siya*. Pagkatapos ilihis ang isip sa mga magagandang pag-uugali at matatag na payamanin ito hanggang ito ay maging maaasahang bahagi ng iyong pagkatao.

Palaging mayroong dalawang lakas ang naglalaban sa isa't isa sa ating kalooban. Ang isang lakas ay nagsasabi sa atin upang gawin ang mga bagay na hindi nararapat; at ang iba ay nagsasabi sa atin na gawin ang nararapat, ang mga bagay na parang mahirap. Ang isang tinig ay kasamaan, at ang iba ay ang sa kabutihan, o ang Diyos.

Ang Batas ng Tagumpay

Sa pamamagitan ng mahirap na araw araw na mga pagsubok, minsan makikita mong maliwanag na ang masasamang pag-uugali ay pinalalago ang puno ng walang katapusang mga pagnanasang materyal, samantalang ang magagandang pag-uugali ay pinalalago ang puno ng mga paghahangad espirituwal. Mas makabubuting ipunin ang kakayahan sa matagumpay na pagkahinog ng punong espirituwal upang balang araw ay anihin ang hinog na bunga ng Sariling-pagkaunawa.

Kapag nagkaroon ng lakas na makalaya ang iyong sarili mula sa lahat ng uri ng masasamang pag-uugali, at nagkaroon ng lakas na gumawa ng mabuti sapagkat gusto mong gumawa ng mabuti at hindi lamang sa dahilang ang masama ay nagbibigay ng kalungkutan, sa ganoon, ikaw ay tunay na umuunlad sa Espiritu.

Kapag naialis mo lamang ang iyong masasamang pag-uugali, na ikaw nga ay isang tunay na malayang nilalang. Hanggang ikaw ay maging tunay na maestro, may kakayahanag pag-utusan ang sarili upang gawin ang mga bagay na nararapat ngunit maaaring ayaw mong gawin, hindi ka isang malayang kaluluwa. *Sa kapangyarihan ng pagpipigil sa sarili ay nakabaon ang binhi ng kalayaang walang katapusan.*

Ako ngayon ay nakapagbanggit na ng maraming katangian ng tagumpay—positibong kaisipan, masiglang pagnanais, pag-susuri sa sarili, pagkukusa, at pagpipigil sa sarili. Maraming kilalang mga aklat ang nagbibigay-diin sa isa o higit sa mga ito, ngunit bigong magbigay ng pagkakautang sa kapangyarihang Dibino sa likod nila. *Ang pagsang-ayon sa Dibinong Kagustuhan ay ang pinakamahalagang dahilan ng pang-akit ng tagumpay.*

Ang Dibinong Kagustuhan ay ang lakas na

nagpapagalaw sa kalawakan at ang kalahatan na naririto. Ang kagustuhan ng Diyos ang naghagis sa mga bituin sa kalawakan. Ang Kanyang kagustuhan ang humahawak sa mga planeta sa kanilang daangtala at ang nag-uutos ng pag-ikot ng kapanganakan, pagtubo, at pagkasira ng lahat ng mga anyo ng buhay.

ANG KAPANGYARIHAN NG DIBINONG KAGUSTUHAN

Ang Dibinong Kagustuhan ay walang hangganan; ito ay makagagawa sa tulong ng mga batas na kilala at hindi kilala, likas at ang mga mistulang himala. Ito ay kayang baguhin ang daan ng tadhana, buhayin ang patay, ipukol ang mga bundok sa karagatan, ang maglikha ng panibagong landas ng araw at mga planeta.

Ang tao, bilang kawangis ng Diyos, ay may angkin sa kanyang kalooban noong lahat-makakayanang lakas ng kagustuhan. Upang matagpuan sa tulong ng tamang meditasyon[1] kung papaano makiisa sa Dibinong Kagustuhan ay ang pinakamataas na katungkulan ng tao.

Kapag ginabayan ng pagkakamali, ang kagustuhan ng tao ay naililigaw tayo; ngunit kapag nagabayan ng karunungan, ang kagustuhan ng tao ay sang-ayon sa Dibinong Kagustuhan. Ang panukala ng Diyos para sa atin ay madalas nagiging malabo sa dahilan ng mga hindi tugmang pamumuhay ng tao at sa ganoon ay nawawalan tayo ng panloob na patnubay na magliligtas sa atin mula sa bangin ng kahirapan.

---

[1] Ang meditasyon ay ang sadyang anyo ng konsentrasyon kung saan ang asikaso ay binigyan ng laya, sa tulong ng siyentipikong mga paraan ng yoga, mula sa balisang kamalayan ng pangkatawang kalagayan, at ito ay mariing nakatuon sa Diyos. Ang mga *aralin ng Self-Realization Fellowship* ay nagbibigay ng detalyadong mga pagtuturo dito sa siyensiya ng meditasyon (*Tala ng Naglathala*)

Ang sabi ni Hesus: "Ang Iyong Kagustuhan ay mangyari nawa." Kapag ang tao ay sumang-ayon sa kagustuhan ng Diyos, na ginagabayan ng karunungan, siya ay gumagamit ng Dibinong Kagustuhan. Sa pamamagitan ng tamang pamamaraan ng meditasyon, na pinaunlad ng mga sinaunang mga pantas ng India, lahat ng tao ay maaaring magkamit ng lubus na pakikiisa sa kagustuhan ng Amang nasa Langit.

Mula Sa Karagatan Ng Kasaganaan

Katulad ng lahat ng kapangyarihan ay nakasalalay sa Kanyang kagustuhan, kaya lahat ng espirituwal at materyal na handog ay umaagos mula sa Kanyang walang hanggang kasaganaan. Upang matanggap ang Kanyang mga handog, kinakailangan alisin mula sa iyong isip lahat ng kaisipang may kawalan at kahirapan. Ang Pangdaigdig na Isip ay ganap at hindi nalalaman ang kawalan; upang makarating sa walang kabiguang panustos kinakailangan mong mapanatili ang isang kamalayan ng kasaganaan. Kahit na hindi mo alam kung saan manggagaling ang kasunod na dolyar, kinakailangan mong tanggalin ang takot. Kapag ginawa mo ang iyong bahagi at umasa sa Diyos na gawin ang Kanya, makikita mo ang mahiwagang lakas ay darating sa iyong saklolo at ang iyong makabubuting pagnanais ay dagling magaganap. Ang ganitong pagtitiwala at kamalayan ng kasaganaan ay makakamit sa tulong ng meditasyon.

Sapagkat ang Diyos ay ang pinanggagalingan ng lahat ng lakas ng isip, kapayapaan at kasaganaan, *huwag munang magnais at kumilos, ngunit makipag-alam muna sa Diyos.* Sa ganoon ay magagamit mo ang iyong kagustuhan at pagkilos upang makamit ang pinakamataas na mga layunin. Sapagkat hindi ka makapag-brodkast sa isang sirang mikropono, kaya nga hindi ka rin makapagpapadala ng panalangin sa pamamagitan ng mikropono ng isip na sinira ng pagkabalisa. Sa tulong ng malalim na kahinahunan kinakailangan mong isaayos ang mikropono ng isip at dagdagan ang kahandaang tumanggap ng iyong intuwisyon. Sa ganoon ikaw ay maaaring makapag-brodkast na mabisa sa Kanya at makatanggap ng Kanyang mga kasagutan.

ANG PARAAN NG MEDITASYON

Pagkatapos mong naisaayos ang iyong radyong pangkaisipan at mahinahong nakaayon sa makatutulong na mga bibrasyon, papaano mo ito gamitin upang makarating sa Diyos? Ang tamang paraan ng medistasyon ay ang landas.

Sa tulong ng lakas ng konsentrasyon at meditasyon maaari mong gamitin ang hindi nauubos na lakas ng iyong isip upang magampanan ang anomang kagustuhan at upang bantayan ang bawat pinto ng kabiguan. Lahat ng matagumpay na mga lalake at mga babae ay nag-uukol ng maraming oras sa malalim na konsentrasyon. Sila ay may kakayahang sumisid ng malalim sa kanilang mga kalooban at upang matagpuan ang perlas ng mga tamang kalutasan sa mga suliranin na kanilang kinakaharap. Kapag napag-aralan mo kung papaano mo alisin ang pansin sa lahat ng mga bagay na gumagambala at upang ilagay sa iisang bagay na pangkonsentrasyon, ikaw din ay makakaalam kung papaano makaakit ayon sa iyong kagustuhan ng anomang bagay na iyong kailangan.

Bago magsimula sa mga mahahalagang gawain, maupo ng tahimik, bigyan ng kapayapaan ang mga pandamdam at mga pag-iisip at malalim na mag-meditasyon. Ikaw sa ganoon ay gagabayan ng dakilang mapanlikhang kapangyarihan ng Espiritu. Pagkatapos noon, dapat mong gamitin ang lahat ng materyal na paraan upang makamit ang iyong layunin.

Ang mga bagay na kailangan mo sa buhay ay iyong makatutulong upang magampanan ang nangingibabaw mong pakay. Ang mga bagay na maaari mong *pagnasaan* ngunit hindi mo *kailangan* ay maaaring alisin ka mula sa iyong pakay. Sa pamamagitan lamang ng paggawa ng lahat upang pagsilbihan ang iyong pangunahing nilalayon na ang tagumpay ay makakamit.

Ang Tagumpay Ay Masusukatan ng Kaligayahan

Ipagpalagay kung ang kaganapan ng napili mong mga layunin ay magtatatag ng tagumpay. Ano ang tagumpay? Kapag mayroon kang kalusugan at kayamanan, ngunit may kaguluhan ang pakikitungo sa lahat ng tao (kasama na ang iyong sarili) ang iyong buhay ay hindi tagumpay. Ang buhay ay nagiging walang saysay kapag hindi ka nakasumpong ng kaligayahan. *Kapag ang kayamanan ay nawala, nawalan ka ng kaunti; kapag ang kalusugan ay nawala, ikaw ay nawalan ng bagay na mahalaga, ngunit kapag ang kapayapaan ng isip ay nawala, nawalan ka ng pinaka-mataas na kayamanan.*

Samakatwid ang tagumpay ay nasusukatan sa

pamantayan ng kaligayahan; sa pamamagitan ng iyong kakayahang mapanatili ang payapang pakikiayon sa kosmikong batas, ang Tagumpay ay hindi tamang sukatan ng makamundong pamantayan ng kayamanan, katanyagan at kapangyarihan. Wala sa mga ito ang nagkakaloob ng kaligayahan maliban kung tama ang paraan ng paggamit. Upang ang mga ito ay magamit ng tama, ang isang tao ay dapat mayroong karunungan at pagmamahal sa Diyos at sa tao.

Ang Diyos ay hindi nagbibigay ng gantimpala o nagpaparusa sa iyo. Binigyan ka niya ng lakas upang gantimpalaan at parusahan ang iyong sarili sa pamamagitan ng tamang paggamit o maling paggamit ng iyong sariling pagpapasya at lakas ng kagustuhan. Kapag nilabag mo ang batas ng kalusugan, kasaganaan at karunungan, ikaw ay walang salang magdudusa mula sa karamdaman, kahirapan at kamangmangan. Gayunman, dapat palakasin ang isip at tumangging bitbitin ang bigat ng kaisipan at moral na kahinaan na natamo sa nakaraang mga taon; sunugin sila sa apoy ng iyong kasalukuyang dibinong mga pagpapasya at tamang mga pagkilos. Sa tulong ng mga makabubuting mga pagkilos ikaw ay magkakamit ng kalayaan.

Ang kaligayahan ay nababatay sa hangganan ng panlabas na kalagayan, ngunit higit sa lahat sa pamamagitan ng saloobin ng pag-iisip. Upang maging maligaya, ang isang tao ay dapat mayroong malusog na katawan, isang magaling at balanseng isip, isang maunlad na buhay, ang tamang gawain, isang mapagpasalamat na puso, at, higit sa lahat, karunungan o pagkilala sa Diyos.

Isang malakas na pagpapasya upang maging maligaya ay makatutulong sa iyo. Huwag mong hintaying magbago ang iyong kalagayan, iniisip mong may pagkakamali na iyon ang mga dahilan ng kaguluhan. Huwag mong gawin ang kalungkutan bilang isang nagtatagal na ugali, sa gayong paraan ay binibigyan mo ng pagdadalamhati ang iyong sarili at iyong mga kasamahan. Isang kaligayahan para sa iyong sarili at sa iba kapag ikaw ay masaya. Kapag ikaw ay may angking kaligayahan, ikaw ay nagmamay-ari ng lahat; ang pagiging masaya ay nagiging kaayon sa Diyos. Ang kapangyarihan upang maging masaya ay dumarating sa tulong ng meditasyon.

Ilagay Ang Kapangyarihan Ng Diyos Sa Likod Ng Iyong Mga Pagpupunyagi

Pakawalan para sa makabubuting mga panukala ang lakas na mayroon ka na, at marami pa ang darating. Kumilos sa iyong landas na may walang tinag na pagpapasya, gamit ang lahat ng katangian ng tagumpay. Iayon ang sarili sa mapanlikhang lakas ng Espiritu. Ikaw ay dapat makipag-alam sa Walang Hanggang Katalinuhan na maaaring gumabay sa iyo at upang lutasin ang lahat ng mga suliranin. Ang lakas na nanggagaling sa masiglang Pinagmulan ng iyong pagkatao ay dadaloy ng walang tigil upang ikaw ay malikhaing makatutupad sa anomang kalagayan ng paggawa.

Ikaw ay dapat maupo ng tahimik bago magpasya ng kahit anong mahalagang bagay, humingi sa Ama ng kanyang basbas. Sa ganoon sa likod ng iyong lakas ay ang lakas ng Diyos; sa likod ng iyong isip, ang Kanyang isip, sa likod ng iyong kagustuhan, ay Kanyang kagustuhan. Kapag ang Diyos ay gumagawa na kasama ka, hindi ka maaaring mabigo; bawat pakultad na mayroon ka ay madadagdagan ang lakas. Kapag ginagawa mo ang iyong mga gawain na may kaisipang pagsisilbi sa Diyos, ikaw ay makatatanggap ng Kanyang mga biyaya.

Kapag ang gawain mo sa buhay ay mababa, huwag kang humingi ng paumanhin para dito. Maging kapuri-puri sapagkat ikaw ay gumaganap ng katungkulang ipinagkaloob a iyo ng Ama. Kailangan ka niya sa iyong pansariling kinalalagyan; lahat ng mga tao ay hindi maaaring gumanap ng iisang tungkulin sa buhay. Habang ikaw ay gumagawa upang bigyan ng kasiyahan ang Diyos, lahat ng kosmikong lakas ay makiki-ayon upang ikaw ay tulungan.

Kapag makumbinsi mo ang Diyos na kailangan mo Siya higit sa lahat, ikaw ay naka-ayon sa Kanyang kagustuhan. Kapag ikaw ay nagpatuloy sa paghahanap sa Kanya, kahit na anong sagabal ang nakaharang upang ikaw ay malayo sa Kanya, ginagamit mo ang iyong makataong lakas ng hangarin sa kanyang pinakamabuting anyo. Sa ganoon, ikaw ay magpapaandar ng batas ng tagumpay na batid ng mga sinaunang mga pantas at nauunawaan ng lahat ng mga taong nagkamit na ng tunay na tagumpay. Ang dibinong kapangyarihan ay mapapasaiyo kapag ikaw ay gumawa ng determinadong pagsisikap upang gamitin ito sa pagkakamit ng kalusugan, kaligayahan at kapayapaan. Samantalang ikaw ay napapaligiran ng ganitong mga layunin ikaw ay maglalakbay sa landas ng Sariling-pagkaunawa patungo sa tunay mong tahanan sa Diyos.

PAGPAPATUNAY

Makalangit na Ama, ako ay mangangatwiran, ako ay maghahangad, ako ay kikilos; subalit gabayan Mo ang aking pangangatwiran, kagustuhan at mga pagkilos sa tamang paraan na dapat kong gawin.

Tungkol Sa May-Akda

Si Paramahansa Yogananda (1893-1952) ay malawakang itinuturing bilang isa sa mga pinakamataas na simbolong espirituwal sa ating panahon. Ipinanganak sa hilagang India, siya ay dumating sa Estados Unidos noong taong 1920. Sa sumunod na tatlong dekada, may malaking bisa ang pamamaraan ng kanyang ambag sa lalong dakilang kamalayan at pagpapahalaga sa Kanluran sa panghabang panahong karunungan ng Silangan—sa pamamagitan ng kanyang mga isinulat, malawakang pakikipanayam na paglalakbay at ang pagtatatag ng maraming mga templo ng Self-Realization Fellowship at sentrong pang-meditasyon. Ang ipinagbunying salaysay ng kanyang buhay ang *Sariling Talambuhay ng isang Yogi* na tulad ng maraming iba pang mga aklat, at ang kanyang malawak ang saklaw na sunod sunud na aralin para sa bawat tahanan, ay ipinakilala sa milyong mambabasa ang sinaunang siyensiya ng meditasyon ng India at mga paraan ng pagkakamit ng balanseng kagalingan ng katawan, isip, at kaluluwa. Sa ilalim ng pagpapatnubay ng isa sa kanyang pinakauna at pinakamalapit na disipulo, si Sri Mrinalini Mata, ang kanyang espirituwal at makataong gawain ay ipinagpapatuloy ngayon ng Self-Realization Fellowship[1], ang pandaigdig na kapisanan na kanyang itinatag noong taong 1920 upang palaganapin ang kanyang mga aral sa buong mundo.

---

[1] Ang "Sariling-Pagkatantong Samahan", ipinaliwanag ni Paramahansa Yogananda na ang pangalang Self-Realization Fellowship ay nangangahulugang "Pakikipag-niig sa Diyos sa pamamagitan ng Sariling-Pagkatanto, at pakikipagkaibigan sa lahat ng kaluluwang naghahanap-ng-katotohanan." Tingnan din ang "Mga Layunin at mga Huwaran ng Self-Realization Fellowship".

MGA AKLAT SA WIKANG FILIPINO NI PARAMAHANSA YOGANANDA

Autobiography of a Yogi

The Law of Success

MGA AKLAT SA WIKANG ENGLISH NI PARAMAHANSA YOGANANDA

Maaaring mabili sa mga tindahang-aklat o tuwiran mula sa naglathala

Self-Realization Fellowship
3880 San Rafael Avenue
Los Angeles, California 90065-3219
Telepono (323) 225-2471 • Fax (323) 225-5088
www.yogananda-srf.org

Autobiography of a Yogi

God Talks with Arjuna; The Bhagavad Gita
Isang bagong pagsasalin at komentaryo

The Second Coming of Christ:
The Resurrection of the Christ Within You
Isang salaysay na komentaryo sa orihinal na mga pagtuturo ni Hesus

Man's Eternal Quest
Unang aklat ng mga pagtuturo at impormal na pananalita
ni Paramahansa Yogananda

The Divine Romance
Ikalawang aklat ng mga pagtuturo at impormal na
pananalita at mga sanaysay ni Paramahansa Yogananda

Journey to Self-Realization
Ikatlong aklat ng mga pagtuturo at impormal na pananalita
ni Paramahansa Yogananda

Wine of the Mystic:
The Rubaiyat of Omar Khayyam — A Spiritual Interpretation
Isang nagbibigay-siglang komentaryo na nagbibigay liwanag
sa mistikong siyensiya ng pakikipagniig sa Diyos na naka-
tago sa likod ng mahiwagang imahinasyon ng Rubaiyat.

Where There Is Light:
Insight and Inspiration for Meeting Life's Challenges
Kaliwanagan at inspirasyon upang matugunan ang mga
hamon ng buhay

Whispers from Eternity
Isang pinagtipun-tipung mga panalangin at dibinong mga
karanasan ni Paramahansa Yogananda habang nasa mataas
na antas sa meditasyon

The Science of Religion

The Yoga of the Bhagavad Gita:
An Introduction to India's Universal Science of God-Realization
Isang pagpapakilala sa pandaigdig na siyensiya ng pagka-tanto-sa-Diyos ng bansang India

The Yoga of Jesus:
Understanding the Hidden Teachings of the Gospels
Pangunawa sa nakatagong mga pagtuturo ng Ebanghelyo

In the Sanctuary of the Soul:
A Guide to Effective Prayer
Isang gabay sa mabisang panalangin

Inner Peace:
How to Be Calmly Active and Actively Calm
Paano maging mahinahong aktibo at aktibong mahinahon

To Be Victorious in Life

Why God Permits Evil and How to Rise Above It

Living Fearlessly:
Bringing Out Your Inner Soul Strength
Pagpapakita ng Iyong panloob na lakas ng kaluluwa

How You Can Talk With God

Metaphysical Meditations
Mahigit 300 nakapagpapataas- espirituwal na mga meditasyon, mga panalangin, at mga pagpapatunay

Scientific Healing Affirmations
Ipinahahayag dito ni Paramahansa Yogananda ang isang malalim na paliwanag sa siyensiya ng pagpapatunay

Sayings of Paramahansa Yogananda
Isang koleksiyong mga kasabihan at matalinong pagpapayo na naghahatid ng tapat at mapagmahal na tugon ni Paramahansa Yogananda sa mga lumapit sa kanya upang magabayan

Songs of the Soul
Mistikong mga tula ni Paramahansa Yogananda

The Law of Success
Pagpapaliwanag ng mga mabisang prinsipyo upang makamit ng sinoman ang mga hangarin sa buhay

Cosmic Chants
Mga salita (wikang English) at musika ng 60 mga awiting debosyon, na may paunang salitang nagpapaliwanag kung paano ang espirituwal na pag-awit ay dadalhin ka sa pakikipag-niig sa Diyos.

MGA AUDIO RECORDING
NI PARAMAHANSA YOGANANDA

Beholding the One in All

The Great Light of God

Songs of My Heart

To Make Heaven on Earth

Removing All Sorrow and Suffering

Follow the Path of Christ, Krishna, and the Masters

Awake in the Cosmic Dream

Be a Smile Millionaire

One Life Versus Reincarnation

In the Glory of the Spirit

Self-Realization: The Inner and the Outer Path

IBA PANG MGA LATHALAIN MULA SA SELF-REALIZATION FELLOWSHIP

Isang kumpletong katalogong naglalarawan sa lahat ng mga lathalain ng Self-Realization Fellowship at mga audio/video rekording ay maaaring makuha sa kahilingan ng sinoman

The Holy Science
Ni Swami Sri Yukteswar

Only Love:
Living the Spiritual Life in a Changing World
Ni Sri Daya Mata

Finding the Joy Within You:
Personal Counsel for God-Centered Living
Ni Sri Daya Mata

Enter the Quiet Heart:
Creating a Loving Relationship With God
Ni Sri Daya Mata

God Alone:
The Life and Letters of a Saint
Ni Sri Gyanamata

„Mejda":
The Family and the Early Life of Paramahansa Yogananda
Ni Sananda Lal Ghosh

Self-Realization
(isang tatluhang-buwang magasin sinimulan
ni Paramahansa Yogananda noong taong 1925)

MGA ARALIN NG SELF-REALIZATION FELLOWSHIP

Ang siyentipikong mga paraan ng meditasyong itinuro ni Paramahansa Yogananda, kasama na ang Kriya Yoga — tulad din ng kanyang gabay sa lahat ng aspekto ng balanseng pamumuhay espirituwal — ay inihahandog sa Mga Aralin Ng Self-Realization Fellowship. Para sa karagdagang kaalaman, maaring sumulat para sa libreng librito *"Undreamed-of-Possibilities"* makukuha sa wikang English, Espanol at Aleman.

Mga Layunin at Mga Huwaran Ng Self-Realization Fellowship

Bilang Pahayag Ni Paramahansa Yogananda, Nagtatag

Upang palaganapin sa mga bansa ang tiyak na siyentipikong paraan upang makamit ang tuwirang pansariling karanasan sa Diyos

Upang ituro na ang pakay ng buhay ay ang ebolusyon, sa pamamagitan ng sariling sikap, ng may takdang kamatayang kamalayan patungo sa kamalayan ng Diyos, at upang sa wakas ay makapagtatag ng mga templo ng Self-Realization Fellowship para sa pakikipagniig sa Diyos sa buong mundo, at upang makapagbigay ng lakas loob sa pagtatatag ng pansariling templo ng Diyos sa mga tahanan at sa bawat puso ng tao.

Upang ibunyag ang ganap na pagkakasundo at saligang pagkakaisa ng kauna-unahang kristiyanismo ayon sa katuruan ni Hesu Kristo at ang kauna-unahang yoga ayon sa katuruan ni Bhagavan Krishna, at upang ipakita na ang mga tuntunin ng katotohanan ay ang mga karaniwang siyentipikong batayan ng lahat ng mga tunay na relihiyon.

Upang ipakilala ang isang dibinong daan kung saan lahat ng landas ng tunay na relihiyosong paniniwala ay doon magwawakas: ang mabilis na landas ng araw araw, siyentipikong, meditasyong pang-debosyon sa Diyos.

Upang bigyan ng kalayaan ang tao mula sa kanyang tatlong bahaging paghihirap: pisikal na karamdaman, magulong kaisipan at espirituwal na kamang-mangan.

Upang mapasigla ang "simpleng pamunuhay at dakilang pag-iisip"; at upang palaganapin ang espiritu ng kapatiran sa lahat ng mga tao sa pamamagitan ng pagtuturo ng walang hanggang batayan ng kanilang pagkakaisa: pakikipagniig sa Diyos.

Upang patunayan ang kapangyarihan ng isip sa katawan, at ng kaluluwa sa kaisipan.

Upang masupil ang kasamaan ng kabutihan, kapighatian ng kagalakan, kalupitan ng kabaitan, at kamangmangan ng karunungan.

Upang mapag-isa ang siyensiya at relihiyon sa tulong ng pagkaunawa ng kanilang iisang pinagbabatayang mga prinsipyo.

Upang tangkilikin ang unawaang kultural at espirituwal sa pagitan ng Silangan at Kanluran, at ang pagpapalitan ng kanilang pinakamagandang namumukod na mga katangian.

Upang paglingkuran ang sangkatauhan bilang mas malawak na Sarili.

www.ingramcontent.com/pod-product-compliance
Lightning Source LLC
Chambersburg PA
CBHW031427040426
42444CB00006B/715